இனியவளின் இனிமை முதல் இன்னல்கள் வரை

விருப்பப்பட்டு படித்த புத்தகத்தின்
திருப்ப மனமில்லாத பக்கங்களே உன் நினைவுகள்

செ.சா.பிரபாகரன்

ஏலே பதிப்பகம்

இனியவளின் இனிமை முதல்
இன்னல்கள் வரை
ஆசிரியர் © செ.சா.பிரபாகரன்

Author Contact-
@ithu_kavithaiyaah fb/insta/telegram/Youtupe

முதற்பதிப்பு 2021
பக்கங்கள் 95
ISBN 978-93-91423-38-4

புத்தகம் வெளியீடு
ஏலே பதிப்பகம்
மின்னஞ்சல் முகவரி
Aelaypublish@gmail.com
phone – 9944992571
www.aelaypublish.com

அணிந்துரை

மா.சங்கர்
உதவிப்பேராசிரியர் -தமிழ்
இலக்கியத்துறை
பழனிசாமி கலை கல்லூரி
பெருந்துறை
ஈரோடு மாவட்டம் - 638052

புதுகவிதை புதுப்புது பொலிவுடன் நாளுக்கு நாள் வளர்ந்து கொண்டே வருகின்றது. பார்க்கும் நிகழ்வுகளையெல்லாம் இன்றைய புதுகவிஞர்கள் தங்களின் மொழி நடைக்கும். கற்பனைத் திறனுக்கும் உட்பட்டு படைப்புகளை படைக்கின்றனர். தற்காலத்தில் வெளிவரும் கவிதைகள் கால வளர்ச்சிக் ஏற்ப அறிவியல் சார்ந்த சொல்லாடல்களையெல்லாம் உள்ளடக்கி அக்கலைச் சொற்களையெல்லாம் கோர்வையாக்கி கவிதையாக உருவெடுக்கின்ற படைப்பாளிகளுக்கு மத்தியில் செ.சா பிரபாகரன் அவர்கள் கணிதவியல் துறையில் இயங்கிக் கொண்டு இருந்தாலும் தமிழ் மொழியின் மீது மிகுந்த ஆர்வத்தை கொண்டவர் இந்நூலின் ஆசிரியர் செ.சா. பரபாகரன் அவர்கள். **"இனியவளின் இனிமை முதல் இன்னல்கள் வரை"** என்ற தலைப்பில் கவிதைகளின் கருவாக கொண்டு கவிதை தொகுப்பை படைத்திருப்பது அவரின் கவிதையின் தலைப்புகளும் அதன் உள்ளார்ந்த சொற்களுடன் பறைசாற்றுகின்றன. ஒவ்வொரு

கவிதையும் ஆண், பெண் கூறும் அமைப்பிளெல்லாம் தன் கவிதை போக்கை மெருகேற்றியுள்ளார். இக்கவிதைகளை வாசிக்கும் போது தமிழ், தமிழர் கிராமபுற கடட்மைப்புகளும்,

ஊர் அமைப்புகளும், ஊராரின் வாழ்வியலும், கண் முன்னே காட்சிகளாய் விரிந்தோடுகின்றன. ஓர் ஆணின் இன்பத்தையே துன்பமாக பார்க்கும் சூழல் கவிஞர் அவர்களின் பார்வையில்,

> “கண்மூடி உன் நினைவுகளை
> கனவுகளாக்கி விட்டேன். கண் திறந்தால்
> கனவு களைந்து விடும் - என்று இறுதியில்
> கல்லறையாகி விட்டேன்” !

என்று நான் என்னானு சொல்லி அழகவிதையின் வழி நம்மை கண்ணீர் வடிக்கச் செய்துள்ளார். கவிதைகள் அனைத்துமே இலக்கிய வழக்கில் அமைந்துள்ளமை அனைவரையும் எளிதில் கவர்வதாகவும் எளிதில் பொருள் உணர்வதாகவும் அமைந்துள்ளமை ஆசிரியரின் தனிச்சிறப்பு. கவிஞர் செ.சா. பிரபாகரன் கவிதை நூல் கவிதை உலகில் இதுவே முதல் படைப்பு. இன்னும் பல கவிதை நூல்களை இயற்றி வெளியிடம், இலக்கியத்தின் எல்லா துறையிலும் உமக்கான தனி இடத்தை தக்க வைக்கவும் வெற்றி பெறவும் எனது மனம் கவர்ந்த வாழ்த்துக்கள்.

அன்புடன்

மா.சங்கர்

வாழ்த்துரை

திருமதி சு.ஸ்ரீதேவி
உதவிப் பேராசிரியர் -
ஆங்கிலத்துறை
கே.எஸ்.ஆர் கல்வியியல் கல்லூரி
திருச்செங்கோடு

கவிதை இலக்கியம் காலந்தோறும் வளர்ந்து வரும் இக்காலகட்டத்தில் நாகரீகக் கவிதைகளுக்கு மத்தியில் காதல் கவிதையாக ஊற்றெடுத்தது இனியவளின் இனிமை முதல் இன்னல்கள் வரை எனும் இக்கவிதைத்தொகுப்பின் ஆசிரியரான பிரபாகரன் தமிழ்த்துறை மாணவர் இல்லை எனினும் இலக்கியத்தில் புது முயற்சியாக கவிதைகளிலும் நாட்டுப்புற வழக்காறுகளையும், மக்களின் வாழ்க்கை முறைகளையும் மிக அழகாக மனமொன்றிய தலைவன் தலைவியின் காதலை வெளிப்படுத்தியுள்ளார். இவை போன்று பல்வேறு கவிதைகள் தோன்றியிருந்தாலும் ஆசிரியரின புதுமுயற்சி அவர் கவிதை வரிகளின் மேல் கொண்ட தனியாக் காதலே!. இவரது கவிதை இலக்கியப்பணி மேன்மேலும் தொடர எனது மனமார்ந்த வாழ்த்துக்களைத் தெரிவித்துக் கொண்டு, இவ்விலக்கியத்தின் சிறப்பினையுணர்ந்து தமிழ்க்கூறு நல்லுலகம் இதனை ஏற்றுப் போற்றும் என்பதில் என்றளவும் ஐயமில்லை.

இன்னல்பட்டவனின் இன்ப உரை

விருப்பப்பட்டு படித்த புத்தகத்தில் திருப்ப மனமில்லாத பக்கங்களே உன் நினைவுகள் என்ற வரிகளே அவள்மீது நான் கொண்ட அன்பிற்கு இலக்கணம். என் காதல் எவ்வளவு அழகானது எவ்வளவு ஆழமானது என்பதை மிகவும் எளிமையாக என் கவிதை நடையில் உள்ளே
கண்ணோரம் அவள் அழகு கையோரம் அவள் பேரழகு
கொண்டு உருவாக்கப்பட்டது இந்த புத்தகம்.
ஒரு பெண்ணை எப்படி காதல் கொள்ளலாம் என்பதை விட இப்படியும் காதல் கொள்ளலாம் என்பதே இப்புத்தகம்

என் காதல் சொட்ட எழுதிய முதல்
காவியமே இப்புத்தகம்

அன்புடன்
செ.சா.பிரபாகரன்

எனக்கென இருந்த உறவும் இப்போது
எனக்கென்ன என்று சென்றுவிட்டது-இனி
எனக்காக இல்லை என்றாலும் உனக்காக-உன் நினைவுடன்
உனக்காக வாழ்கிறேன்.

சேர்ந்து வாழ சேர்த்து வைத்த நினைவுகள் சோர்ந்து
போனதே!
சொர்க்கத்தில் வாழ்வோம் என்று சொன்ன சொல்லும்
வெறும் சொல்லானதே!
நினைவுகள் மறந்தாலும், சொல் மாறினாலும்-என்
அன்பு மாறாது உன் மேல்-இன்று
மட்டுமல்ல இறுதிவரை!

கண்மூடி உன் நினைவுகளை கனவுகளாக்கி விட்டேன்
கண் திறந்தால் கனவு களைந்து விடும்-என்று
இறுதியில் கல்லறையாகி விட்டேன்!

இம்சை இல்லை இனிமை என்று பேசிய
காலமெல்லாம் போய்விட்டது!
இம்சை என்றாலே அது நான் தான் என்ற
காலம் வந்துவிட்டது!-அவளுக்கு

இரக்கமின்றி நீ இனிதே சென்று வாழ்கிறாய்! ஆனால்-நான்
இறக்க மனமின்றி உன் நினைவுகளால்
இன்பமின்றி வாழ்கிறேன்!

ஒரு நொடி வாழ்க்கையை மாற்றும் என்பார்கள்
ஆனால் அவளை கண்ட ஒவ்வொரு நொடியும்
வாழ்க்கையை மாற்றுகிறது-எது நிலை என்று தெரியாமல்!

எனக்கானவளே உன்னை இழக்க மனமின்றி?
இளகிய மனதுடன் இன்பமின்றி தவிக்கிறேன்!

கேட்க கூடாது கடவுளே!
அவளின் இன்பமான வாழ்க்கையில்
என்னுடைய இன்பமற்ற அழுகுரல்

உன்மீது கொண்ட காதலால்-காதல்
நீரையும் கண்ணீர் ஆக்கினேன்-காரணம்
காதலும் ஒருநாள் கானல் நீராக்கப்படும் என்று!

யாரையேனும் காதலித்து என் வருங்கால
மனைவிக்கு துரோகம் செய்து விடுவேன் என்று
பயந்து வாழும் நான் ஒரு கோழை தான்!

நான் ஒரு சுயநலவாதி தான்
உன் அன்பு எனக்கு மட்டும்
கிடைக்க வேண்டும் என்று-எண்ணும்
நான் சுயநலவாதி தான்!

காதலை கதாநாயகன் போல் சொல்ல எனக்கு
ஆசையில்லை
ஏனென்றால் சொல்லித்தான் தெரிய வேண்டும்
என்பது இல்லை-என் காதல்!

இதுவரை அவள்மீது என் பார்வை கன்னியமாகத் தான்
உள்ளது
காரணம்
இதுவரை அவளின் கன்னித்தன்மை மாறாமல் உள்ளதால்

நான் உன் மீது கொண்ட கன்னியமான பாசத்தை
என் கண் பார்வையில் அறிந்து இருக்கலாம்

தூக்கம் இன்றி துடிக்கிறது என் இதயம்-உனக்காக
தூங்கினாலும் தூக்கத்திலும் துரத்துகிறது -உன் நினைவுகள்!

உன் அன்பு புரியாதவர்களுக்கு
கொடுக்கப்பட்டால் மறுக்கப்படும்
திணிக்கப்பட்டால் உடைக்கப்படும்
கொடுத்தால் மறுப்பது அவனோ(அ) அவளோ இதயம்
திணித்தால் உடைவது அவனோ (அ) அவளோ இதயம்

உன் அன்பு இதுவரை எனக்கு புரியாத புதிர்
புரிந்து கொண்டாலும்-பதிலளிக்க
முடியாத புதிராகவே உள்ளது!

கலையாக வடிக்கப்பட்ட உன் முகம்
கலையிழந்து உள்ளது-காரணம்
காதலனாக நான் வந்து கடவுளின் சாட்சியாக
கலையை ஏற்படுத்த வேண்டும் என்பதற்காக

வெளிரிய வானில் வெண்நிலவின் அழகை காண்பது உண்டா?
நான் கண்டேன் அவளின் வெளிரிய முகத்தில் அழகான புன்னகையில்!

அவள் மீது தீண்டிய காற்று என்னையும் தீண்டி செல்கிறது-
தீண்டிய
காற்றுடன் நானும் திரிந்து செல்கிறேன்-அவளின்
முகபூச்சாக!

நீ என்னை ஏமாற்றவில்லை
என்னை நானே ஏமாற்றி கொண்டேன்
உன்னை என்னைப் போல் யாராலும் காதலிக்க முடியாது
என்று
உன்னை இருந்தாலும் காதலிக்கிறேன்

உன்னை யாருக்கும் விட்டு தர முடியாது என்று!

உன் உயிரானவர்களை
அன்பாக பார்த்துக்கொள்
ஆசையை மறைத்துக்கொள்
இனிமையாக பார்த்துக்கொள்
ஈகையை வளர்த்துக்கொள்
உலகளவிற்கு நேசித்துக்கொள்
ஊமையாக கோபத்தை கொள்
என்றும் உண்மை கொள்
ஏ என்றால் அணைத்துக்கொள்
ஐயத்தை தவிரத்துக்கொள்
ஒற்றுமையாக இருந்துக்கொள்
ஓ என்று சொல்லுமாறு
ஔவை ஆயுள் பெற்று
அஃதே வாழ்ந்துக்கொள்.

காதலியோ (அ) காதலனோ உன்னை ஏமாற்றிவிட்டால்
உண்மையாக காதலிக்கவில்லை என்று கூறாதே!
ஏனென்றால் உன் காதல் உண்மையில்லாமல் போய்விடும்.

அவளின் கண்பார்வை பட்ட இடத்திலே காற்றாகி கரைந்து விட்டேன் காரணம்
அவளின் மூச்சுடன் கலந்து இதயத்தில் பிடிக்கவேண்டும் என்பதற்காக !

உனக்கு கொடுத்துவிட்டேன் "வலி"
அதனால் எனக்கு தேவையில்லை "வளி"
எனக்கு தெரியவில்லை வேறு "வழி"

காலத்தால் உன்னை மறந்துவிடுவேன் -என்று எண்ணாதே!
உன்னை நினைத்தால் நான் கால நேரத்தையே
மறந்துவிடுவேன்.

உன் அன்பை புதிதாக பெறவில்லை
உன் அன்பை ஒவ்வொறு முறையும் புதிது புதிதாக பெறுகிறேன்.
நீ கொடுக்கும் அன்பின் எல்லை கோபம் என்றால்
என் அன்பின் எல்லை அனுதாபம்!

அவளின் சந்தோஷத்திற்கு என் காதலை அவளிடம் நான் சொல்லவில்லை
அவளின் புன்னகை இருக்கும்வரை என் காதல் நினைவுகளாக என்றும் என் மனதில்!

ஆயிரம் உறவுகளை கடந்துவிட்டேன்
ஏனோ அவளின் உறவை கடக்க முடியவில்லை
காரணம் சொல்லி பிரிய முடியவில்லை
காரணம் சொன்னாலும் அவளை மறக்கமுடியவில்லை
எளிமையாக பிரிய நினைத்தால்
என்னவென்று தெரியவில்லை ஏராளமாக கண்ணீர்!
கண்ணீர் விட்டேன்! என்னை பிரியாதே என்று
கூறிவிட்டாள் என்னை கோழை என்று
ஒப்புக்கொண்டேன் நான் கோழை தான்!
உன்னை ஒரு பிரியாமல் இருக்கவேண்டும் என்று
பயந்து வாழும் நான் கோழை தான்!

எந்நிலையில் இருந்தாலும் பரவாயில்லை
என்று என்னை நேசித்த- அவளின்
நிலையில் இருந்து யோசித்ததால் தான்
இதுவரை அவளை நேசிக்கிறேன்!

பிரிந்து பல மாதங்கள் மீண்டும் காணும்-அந்த
நொடிகளால் காற்று என்னை தடவிய நேரத்தை கூட
மறந்துவிட்டேன்
கண்பார்வையால் என்னை மயக்கி விட்டாய்
காரணம் இல்லாமல் சாய்ந்து விட்டேன்
பேச வார்த்தைகள் கூட இல்லாமல் வாயடைத்து விட்டேன்
உன் நினைவுகளை மீண்டும் பெற்று விட்டேன்
என்னை நினைவிருக்கா? என்று கேட்டு விட்டாய்
என் கண்களில் உன் நினைவுகளை வழிய விட்டேன்
உன்னை மேலும் புதிதாக மனதில்!

காதல் என்பது அவளிடம் சொன்னால் மட்டுமே
உண்மையானது என்றல்ல
காதலை அவளின் நினைவு உள்ளவரை உண்மையாக
வைத்திருந்தால் போதும்
உறவாக வாழாமல், உணர்வாக இருந்து போகும்

அவள் இறுதிவரை என் காதலுக்கு உறுதியளிக்கவில்லை,
ஏனென்றால் உதறும் நிலை வந்தாலும் நான் உறுதியாக
இருக்க வேண்டும் என்று!

பொய் சொல்லி காதலிப்பதை விட
பொய்யாக சொல்லி காதலை வெறுப்பதே மேல்!

உண்மையாக காதலிக்க ஆசை தான்
அவளின் மனசு உறுதியாக (குடும்பத்தின்) அனுமதி பெறும் என்றால்!

இதுவரை தெரியவில்லை-அவள்
என்ன உறவென்று
ஆனால் பேசும் வார்த்தைகளும் முடியவில்லை இதுவென்று
காரணம் தெரியவில்லை ஏனென்று
காத்திருக்கிறேன் நம் அன்பு நிலையென்று!

என் காதல் புதிர்ப் போட்டு
உன் விடைக்காக காத்திருக்கிறேன்!
என் ஆயுள் விடைத்தெரியும் வரை!

அவளின் இரத்த பிரிவை கண்டு
என் இரத்தம் அழைக்கிறது-எதிர்மறையை
நேர்மறையாய் ஈர்த்து அணைத்து பிரியாமல் இருக்க!

பார்த்தது முதல் பாவை அவளின் பார்வைக்கு
காத்திருக்கிறேன்
பார்த்து சென்றாள்! பாவம் யார் இவன் பைத்தியம் போல்
நிற்கிறான் என்று!
பைத்தியம் தான்! பாவை அவளின் பார்வை படும் வரை
அவளின் மீது பைத்தியமாக நின்று கொண்டிருந்த நான்
பைத்தியம் தான்!

நான் சொல்லிய வார்த்தைக்கு-அவள்
விடைத் தரவில்லை
அவள் சொல்லி சென்ற வார்த்தைக்கு-எனக்கு
விடைத் தெரியவில்லை

என்ன நிறம் அணிவேன் காதலிக்க தெரிந்த நான்
அவளிடம் காதலை சொல்ல தெரியாத நான்
அவளுக்காக காத்திருக்க தெரிந்த நான்
அவளுக்காக மட்டுமே காத்திருக்க தெரிந்த நான்
அவனின் நினைவில் மட்டுமே இருக்கும் நான்!

நட்பின் எல்லை காதல் என்றால்
காதலின் எல்லை காமம்
நட்பில் எல்லை மீறினால் தவறில்லை
காதலில் எல்லை மீறினால் தவறு தான்

காதல் பரிசு தருபவர்களுக்கு என்ன வண்ண பரிசு
கொடுக்க வேண்டும் என எதிர்ப்பார்ப்பு
காதல் சொல்ல நினைப்பவர்களுக்கு என்ன வண்ண உடை
அணிய வேண்டும் என எதிர்ப்பார்ப்பு
காதல் என்ற சொல்லை நேசிப்பவர்களுக்கு அழகான அன்பு
மட்டுமே எதிர்ப்பார்ப்பு!

அவளின் விரலை இறுக்கி **அணைத்துக்** கொண்டதால்
வெட்கப்பட்டு சிவக்கிறது
-'மருதாணி'

அவளிடம் சொல்லி சென்ற காதலுக்கு
அவள் சொல்லி சென்றால்
காலம் எடுக்கும் முடிவிற்கு
நான் என்ன முடிவெடுப்பது என்று!

காதலில் காமம் என்ற ஒன்று தேவையில்லாதது ஏனென்றால்
அவளின் அன்பை மட்டும் ரசித்து கொண்டு காதலிக்கும்
காதலனுக்கு மட்டுமே தெரியும்.
காமத்தை விட அவளின் **கன்னி**த்தன்மை எவ்வளவு
அழகென்று!

உண்மையாக காதலித்து பொய்யான காதலனாக
தெரிவதைவிட
பொய்யாக சொல்லி பிரிந்து உண்மைக் காதலனாக
இருக்கலாம்.

உன் உறவு என்னவென்று அறியாதபோது கூட
உன்னை நேசித்தேன் அதனால்
இப்படி ஒரு பெண்ணா? என்று
உன்னை பற்றி அறிந்த பிறகும் உன்னை நேசித்தேன்
இப்படியும் ஒரு பெண்ணா? என்று
உன்னை அறிந்தும் அறியாமலும் நேசித்துவிட்டேன் -
அதனால்
அதனால் உன்னிடம் ஒன்று கேட்டேன் -என்
வாழ்க்கை முழுவதும் என்னுடன் துணையாக வருவாயா?
என்று

தமிழில் இலக்கணம் அறியவில்லை
ஆனால் உன்னை கண்டவுடன்
உன் அழகை வர்ணிக்கும் கவிஞன் ஆனேன்.

உன் பல்லின் பிரகாசத்தை பௌர்ணமி நிலவே பங்கு கேட்கிறது
காரணம் நிலவை விட உன் பல் பிரகாசிப்பதால் அன்பே!

அவளின் இதழ் இதுவரை சாயம் பூசவில்லை
அவளின் கண்புருவம் இதுவரை
புருவ முடிகளை இழந்தது இல்லை
அவளின் கன்னத்தில் முகபரு முத்தமிட்டது இல்லை
அவளின் கூந்தலின் அழகிய முடிகள்
தனித்தனியே பறந்தது இல்லை
அவளின் மாறாப்பு மறியல் செய்தது இல்லை
அவளின் காது ஓர கம்மல் தனது
ஆட்டத்தை முடித்தது இல்லை
அவளின் புன்னகை இதுவரை சிறைபிடிக்கப்படவில்லை
அவளின் அழகு இவ்வளவு தான் -ஆனால்
அவளின் நினைவுகள் என்னை விட்டு நீங்கவேயில்லை!

உன் கண்களால் சிறை பிடிக்கப்பட்ட என்னை
உன் கண்ணீரால் சிதற விட்டாயே அன்பே!

காதலும் கடந்து போகும் -ஆனால்
உன் காதலால் இந்த கவிதை காதலனும் கரைந்து
போகிறேன்.

உன் புன்னகையால் பூக்களும் வாடுகிறது! காரணம்
பூக்களால் உன்னைப்போல் புன்னகைக்க
முடியவில்லை என்பதால் -அன்பே!

காதலர் தினத்திற்கு காத்திருக்கும் தின காதலன் அல்ல -
நான்
உன்னை தினம் தினம் காதலிக்கும் கவிதை காதலன் நான்

காதல் வந்த காரணத்தால் -எனக்கு கவிதை வரவில்லை
காதலே கவிதை மேல் வந்த காரணத்தால் தான் -எனக்கு
கவிதை வருகிறது
ஏனென்றால் நான் கவிதை காதலன்.
(பிரம்மா எழுதிய அழகிய கவியே நீதான்)

உன் சிரிப்பால் சிதறிவிட்ட -என்னை
உன் விழியால் கவர்ந்து விட்டாயே -அன்பே

உனக்காக எழுதப்படும் -என் கவிதை வரிகள் -உன்
கண்பார்வைக்கு ஏங்குகிறது அன்பே!

வெள்ளைத்தாளில் எழுதுவதால் தான் கருப்பு அழகாகிறது -
ஏன்
அவளுக்கு தெரியவில்லை -என்னை
காதலித்தால் தான் அவள் வாழ்க்கை
அழகாய் இருக்கும் என்று!

குழந்தையின் சிரிப்பில் விழாதவர்கள் யாரும் இல்லை -
அதுபோல
பெண்ணின் சிரிப்பில் விழுந்து எழுந்தவர்கள் யாரும்
இல்லை -காரணம்
அவளின் சிரிப்பும் குழந்தை போலதான் -ஆனால்
கொஞ்சம் ஆழமானது!

நான் பார்க்கும் போது வெறுப்பாள்
பார்க்காதபோது சிரிப்பாள்
என் அழகை ஆராய அல்ல
என் மனதை ஆராய!

இதற்கு முன்னும் என்னால் யாருடைய அழகையும் ஆராய
முடியாது -அதேபோல்
இதற்கு பின்னும் என்னால் யாருடைய அழகையும் ஆராய
முடியாது -காரணம்
அவளின் அழகால் வியந்ததால்!

உன் அழகினில் வியந்து -என் அழகினை ஆராய்ந்தேன் -
காரணம்
உன் அழகிற்கு என்னை ஈடாக்க!

ஒருத்தி உன்னை ஏமாற்றி விட்டார் என்று
இன்னொருத்தியை தேடி வருகிறாயே
இப்படிக்கு
மது பானம்

காதலை ஆராய்வதை விட
காதலின் நிலையை ஆராய்ந்து பார்
காதலை மட்டுமல்ல, வாழ்க்கையையும் வென்று விடலாம்
தனியாக அல்ல,உன் காதலுடன்

மரம் இன்றி காற்றில்லை
காற்று இன்றி மழையில்லை
மழை இன்றி நீரில்லை
நீரின்றி உலகில்லை
நீ இன்றி என் கவிதை வரிகளும் இல்லை

கருத்தரங்கிலோ பல பேர்-ஆனால்
என் கண்களின் இடையிலோ உன்னை காண போர் -அது ஏன்
தெரியவில்லை! -அதை
தெரிந்துக்கொள்ள என் மனம் தயங்கவில்லை
தயக்கம் தான் பல தேவைகளுக்கு தடையாக உள்ளது-
அதனால்
தான் தயக்கம் தவிர்த்து உன்னை காண
தனியான என் மனம் துள்ளுது
பல முகங்களின் இடையிலும் உன்னை கண்டேன் -கண்டேன்
நீ என்னை கண்டதையும் கண்டேன்
உன் அழகினில் வியந்தேன்
அழகினை கண்டு ஒருமுறை வியக்காலம் -ஆனால்
உன்னை காணும்போதெல்லாம் வியக்கிறேன்
உன் புன்னகையால் என்னை இழக்கிறேன்
உனக்காக என் காதல் கலந்த கவியை அளிக்கிறேன்.

உன்னை வர்ணித்து பல கவிதைகள்
எழுதிவிட்டேன்-ஆனால்
இதுவரை உன் வர்ணிப்பு முடியவில்லை
எழுத வார்த்தைகளும் தீரவில்லை

அவளின் அழகு என்று-என்னிடம்
பல கவிதைக்கு ஒரே தலைப்பு-இருந்தபோதிலும்
அவளின் அழகு இதுவரையும்-முழுமையாக
என்னால் வர்ணிக்கப்படவில்லை

காத்திருந்த நொடிகளில் காயப்படுகிறேன்
உன்னை காண முடியவில்லை என்பதால்
உன்னை கண்டவுடனே காயப்படுகிறேன்
உன்னை ஏன் கண்டேன் என்று!

காலையில் கலை வண்ணம் காண நினைத்து
என் கண் முன்னே கவிதையாய்
விழுந்த வரிகளால்-உன்னால்
வீழ்ந்த நான் எழுதுகிறேன்

பலமுறை கவிதை எழுத பேனா பிடித்தேன்
எனக்கு விரல் வலிக்கவில்லை-ஆனால்
உன் விரலால் பேனா பிடித்து-அன்று
எழுதினாய் விரல் மட்டுமல்ல-என்
இமையே வலித்தது-காரணம்
நீ எழுதுவதால் அல்ல-நீ
எனக்காக ஒன்றும் எழுதவில்லை என்பதால்!

உன்னை காண நினைக்கும் போதெல்லாம்
காயப்படுகிறேன்-நீ
என்னை காணாமல் சென்று விடுவாயோ என்று!

நிலவிடம் தினம் தினம் கேட்கிறேன்-ஏன்
அழகாய் மாறிக்கொண்டே போகிறாய் என்று
அது சிரித்துக் கொண்டே-இன்னும்
அழகாய் மாறிப் போகிறது-காரணம் சொல்லாமல்

என் காதலை உன்னிடம் சொல்லாமல் இருக்க இரண்டு
காரணம் என், உன் சுதந்திரம் மட்டுமே
வானில் வட்டமிட்டு பறந்து கொண்டு இருக்கும்
உன் நினைவுகளை என்னில் அடைப்பட விருப்பமில்லை
இல்லை! என்று சொல்லிவிட்டால் அதுவே என் வாழ்வின்
எல்லை!

அவள் என்னை பிரிந்து விட்டாள் என்று
அவளை மறந்து விட முடியாது-ஏனெனில்
தீயினால் சுட்ட புண் ஆறும்-ஆனால்
தழும்பு மறையாது

புரிந்து கொண்ட அவளே!
பிரிந்து செல்லும்போது-புரிந்து கொண்டேன்
காதலில் புரிதலை விட
பிரிதல் எளிதென்று

பிடிக்காமல் போன சில தருணம் கூட
உன்னால் பிடித்தது-ஆனால்
இப்போது பிடித்த தருணம் கூட
உன் நினைவால் வலித்தது.

பூக்கடைக்கு விளம்பரம் தேவையில்லை-ஆனால்
அவளின் புன்னகைக்கு-ஏனோ
இத்தனை கண்களால் விளம்பரம்!

உனக்காக காத்திருக்கிறேன் என்றால்
உணவுக்காக காத்திருக்கும் பறவை போல அல்ல
இன்று இங்கு இல்லையென்றால் நாளை
வேறெங்காவது சென்று விட
இன்று இல்லையென்றாலும் என்றாவது வருவாய் என்று
இன்றுவரை காத்திருக்கும் உன்மேல் உயிரான காதலன்!

அரை நொடி ஆகாது-என்
காதலை அவளிடம் சொல்ல-சொல்லிய
பின்பு தான் தெரியும்-அவளின்
மறுப்பை மறக்க-அரையுகம் ஆகுமென்று!

என் காதல் தோல்வி அடையவே இல்லை-ஏனெனில்
என் காதல் பந்தயத்தில்-அவள்
கலந்து கொள்ளவேயில்லையே-நான் மட்டும்
தானே காதல் போட்டியால் ஆர்வமாக உள்ளேன்-அதனால்
ஒரு தலைக் காதலாக மட்டுமே உள்ளது!

காற்று பட்டாலே கலங்கும்-என்
கண்கள் கூட-அவளுக்கு
பிடிக்காது என்பதால் கலங்காமல் இருந்தது
ஏன் அவளுக்கு மறந்தது-அவள்
பிரிந்தால் என் கண்கள் கலங்கும் என்று!

நடந்து சென்ற பாத தடங்கள் கூட நினைவில் இல்லை
அவளின் நினைவில் நடந்து செல்கையில்!

அன்று நான் கவிதை சொல்லி வெட்க்கப்பட்டு சிவந்த
அவளது கன்னம்-இன்று
அவளின் கல்யாண மாப்பிள்ளையின் புகைப்படம் பார்த்து
வெட்கப்பட்டு சிவக்கிறது!
அன்று சிவந்த கன்னத்திற்கு ஆயிரம் வரிகளாக என்
கவிதைகள்-இன்று
சிவந்த கன்னத்திற்கு என் வலிகளாக கண்ணீர் துளிகள்!

ஒரு காலத்தில் என் பலமாக இருந்த நீ-இப்போது
என் பலவீனமாக இருந்து விட்டாய்!

தினம் தினம் உன் குறுஞ்செய்தியை குறுகிய நேரம் கூட
தவறாமல் காண்கிறேன்!
காணும் போதெல்லாம் காண்கிறேன்-நீ
என் குறுஞ்செய்தியை இன்னும் காணவில்லை என்பதை!
இருந்த போதும் காயப்படுகிறேன்-ஏன்
காணவில்லை என்று!

அவளை கண்ட தினம் முதல் இமையும் இமைக்காமல்
கண்டு கொண்டே இருக்க ஆசை!
அவள் பேசிய தினம் முதல் பேதை போல
அவளிடம் பேசிக்கொண்டே இருக்க ஆசை!
அவள் சிரித்த போதெல்லாம் நானும் குழந்தையாக சிரித்து
கொண்டே இருக்க ஆசை!
அவள் என்னை உறவாக நினைத்த போதெல்லாம்
உயிராக இருக்க ஆசை!
அவள் என்னை கால சூழலால் பிரிந்த போதெல்லாம்
பிரியாமல் இருக்க ஆசை!
அவள் என்னை பிரிந்த பின் கண்ட போதெல்லாம்
கண் கலங்காமல் இருக்க ஆசை!
அவள் என்னை பிரிந்து மறந்தாலும் அவள்
பேரின்பமாக வாழ வேண்டும் என்பதே என் பேராசை!

என் வலியும் அவளின் பிரிவும்

உன்னை கண்டு விதையாக விதைக்கப்பட்ட ஆசையை
உன் பார்வையால் முளைக்க செய்து விட்டாய்!
உன் புன்னகை எனும் மழையால் உயிர்ப்பித்து விட்டாய்!
இத்தனை நாட்களாய் கோபம் எனும் ஒன்றால்
சுட்டெரித்தாய்!
இனி பிரிவு எனும் வலியால் பிரித்து எரிந்து விடுவாயா
அன்பே!
பிரிந்தாலும் எழுவேன் என் கண்ணீர் ஊற்றால்
மீண்டும் உன் நினைவின் செடியாக!
உன்னை ஒரு நொடியும் மறவாமல் இருக்க!

ஒரு தலை காதல்

உன்னை காணும் போதெல்லாம் காணாமல் போகின்றது
காலம் செல்லும் பாதையும், கஷ்டத்தில் வலியும்
இனி உன்னை காணப் போவதில்லை-யார்
தீர்ப்பது என் கஷ்டத்தின் வலியும் காலத்தின் வழியும்

உன் குரலை கேட்க இயலா நாட்களிலும்
உன் குறுஞ்செய்தியை காணாத நாட்கள் இல்லை-இப்போது
கண்டுவிட்டேன் இனி காணவும் முடியாது! கேட்கவும்
முடியாது என்று
ஏனெனில் கடந்தகாலம் எப்போதும் நினைவுகளை
மட்டுமே தந்து செல்லும்-நிகழ்காலத்தை அல்ல

என் ஏக்கம் அவள் மீது!

நீ இன்று என்னுடன் இருப்பது நிலையாக இருக்கலாம்!
நீயே என்னை ஒரு காலம் வெறுக்கலாம்!
காலம் அதை எப்போது வேண்டுமானாலும் கொண்டு வரலாம்!
நீ அதை ஏற்றுக் கொள்ளலாம் -ஆனால்
நான் உன்னை ஒரு காலமும் வெறுக்கலாம்! -என்ற
எண்ணம் துளியும் இல்லை என்று உரைக்கலாம் -அப்போது
நீ என்னை முறைக்கலாம்-அந்த முறைப்பை
நான் என் கண்களால் சுவைக்கலாம்-மீண்டும்
நம் காதல் துளிர் விட்டு வளரலாம்! -அந்த வாய்ப்பை
நீ எனக்கு தரலாமே!

என் காதல்

காலம் கடந்தாலும் மறந்து போகும் காதல் அல்ல
உன் அழகை பார்த்த வந்த காதலும் அல்ல
பருவத்தால் வந்த காதலும் அல்ல
உன்னை அடைய வேண்டும் என்ற எண்ணத்தில் வந்த
காதலும் அல்ல
காத்திருக்க முடியாத காதலும் அல்ல
கண் முன்னே இருக்க நினைக்கும் காதல் அல்ல
என் காதல் என் இறப்பு வரை உன் மறுப்பு இல்லாத காதல்
என் காதல் நீ யாரை மணந்தாலும் என்னை விட நல்லா வாழ
நினைக்கும் காதல்
என் காதல் உன்னை உருவமாக நினைக்காமல் உயிராக
நினைக்கும் காதல்
என் காதல் நீ பிரிந்தாலும் உன்னை பிரியாமல் மனதால்
வாழும் காதல்
என் காதல் உனக்கு துரோகம் செய்யா! தூய்மையான காதல்
அன்று சொல்லி இருப்பேன் இதுதான் என் காதல் என்று!
காதலுக்கு சொல்லி அலையும் சக காதலனாக வாழ
மனமில்லை
இப்போது செய்யாமல் வாழ மனமில்லை
பருவத்தால் வந்து இருந்தால் பருவகாலமாக சென்றிருக்கும்
-பாவம்
பாசத்தால் வந்ததால் பலஆண்டு நீடிக்கிறது.
உன் நினைவால் என் இதயம் துடிக்கிறது
உன்னை இழந்த நிமிடங்கள் வலிக்கிறது
காலம் கடந்து போனாலும் மறந்து போகாமல் நிற்கிறது!

உன்னை இழக்க மனமின்றி இருளாக கிடக்கிறது என் மனம்
உன்னை மறக்க மனமின்றி மறுத்துப்போய் நிற்கிறது என் மனம்
உன்னை வெறுக்க மனமின்றி வெறுமையாய் கிடக்கிறது என் மனம்
உன்னை அடைய மனமிருந்தும் அடையாளம் இல்லையே! என்று தவிக்கிறது என் மனம்!

காதல் சொல்ல சென்ற நிமிடம்

காதல் என்ற மூன்றெழுத்து-காதலியின்
அழகு கூட மூன்றெழுத்து
அவள் என்பதும் மூன்றெழுத்து-அவளுக்கு
எழுத நினைக்கும் கவிதை கூட மூன்றெழுத்து
காரணங்களுடன் காவிய காதல் கூறுகிறேன்!
காதலி அவள் என் கண் முன்னே
காதல் சொல்லும் ஆசைகள் எனக்குள்ளே
அவளின் பேரழகு ரசித்த பின்னே
காதலை சொல்ல சென்றேன் அவளின் முன்னே!
சொல்ல நினைத்த பின்னே
அவளின் முகப் பாவனைகள் அழகுகள் என்னே!
ரசிக்க வேண்டும் ஆயிரம் கண்னே
ரசிக்கின்ற வேளையில் ரசிக்க வைத்த அசைவுகள்
அவளின் கண்களின் விழிகள் என்னை காண அலைப்பாயும் நேரம்
கூந்தலின் ஒதுக்கப்பட்ட முடிகள் கூட எட்டிக் காணும் நேரம்
காதின் கம்மல் கூட வா !வா !என்று அழைக்கும் நேரம்
உதடும் உணர்வுகள் இல்லாமல் உரையாடும் நேரம்
மாறப்பு துணி கூட மயக்கி தடவி செல்லும் நேரம்
நேரங்கள் அனைத்தும் இனிமை-இந்த
இனிமையிலும் அவள் இனிமை கெடாமல்
மறைத்து வந்த என் காதல் பேரினிமை!

புரிந்து கொள்ளவில்லை என்று பிரிந்து சென்ற அவளுக்கு
ஏன் தெரியவில்லை
புரிந்து கொண்டதால் தான் இன்னும் நான்
அவளை மறந்து செல்லவில்லை என்று!

என் காதலை அவளுக்கு உணர்த்த- அவளிடம்
உன்னை "கஷ்டப்படுத்த மாட்டேன் என்றேன்!
என் காதலை உணர்ந்த அவளும் கூறினாள்-ஆம்
நீ என்னை கஷ்டப்படுத்த மாட்டாய் என்று!
பிறகு ஏனென்று தெரியவில்லை-ஏன்
அவள் என்னை கஷ்டப்படுத்தி சென்றாள் என்று!

அரைஅடி இடைவெளியில் கடந்து சென்றாள்!
அடுத்த நொடியே நானும் நடந்து சென்றேன்!
அரைஅடி இடைவெளி கூட அதிகம் என்று-இப்போது
என்னை மறந்து சென்றாள்-நான்
என்னை மறைத்து செல்கிறேன்
என் அதிர்ஷ்டம் இவ்வளவு தான் என்று!

அவள் என்னை கடந்து சென்றாளா? -இல்லை
கடத்தி சென்றாளா? -இன்றுவரை
அவளின் நினைவுகளால் என்னை கட்டிவிட்டாள்!

வலிக்கும் என்று தெரிந்தே -ஊசி
போட்டுக் கொள்வது போல தான்
அவளின் நினைவுகள் என்னுள்!

குழந்தை கூட பத்து மாதத்திற்கு
பிறகுதான் பிறக்கும்-ஆனால்
என்னுள் அவளின் நினைவுகள்
பந்து நொடிக்கு ஒரு முறை பிறக்கிறது!

இறுதிவரை அவளின் தொடர்பில் இருக்க வேண்டும்
என்றில்லை
அவளின் தொலையாத நினைவுகள் இருந்தால் போதும்!

வாழ்க்கை துணையாய் வருவாள் என்று வாதம் செய்கிறேன்
வாய்ப்பில்லை என்று விவாதம் செய்து சென்றாள்!

எதிர்ப்பார்த்து எழுதிய வரிகள் ஏமாற்றத்தை தருகின்றது "அருமையான வரிகள்" யாருக்கு என்று! அவள் கேட்கும் போது!

அவளின் நினைவுகள் எப்போதும் என் கண் முன்னே
கண்னை மூடி கடந்து விட நினைக்கிறேன்
கண்ணீராக கடந்து வருகின்றது அவளின் நினைவுகள்!

அவள் என்றும் எனக்கானவளாக இருக்க ஆசைப்பட்டேன்-
ஆனால்
அவள் என்னை காண கூட
ஆசையில்லை என்று சென்றுவிட்டாள்!

இரவுகளில் அவள் புகைப்படம் பார்க்கும் போது
எனக்கு ஓர் சந்தேகம்-அவள்
நிலவிடம் அழகை வாடகைக்கி பெற்றாளா? -இல்லை
நிலவு அவளிடம் அழகை வாடகைக்கு பெற்றதா? -என்று

கடந்து போன காதலியும் கரைந்து போன நானும்!
கண் இமைக்கும் நேரத்தில் கடந்து போன இரண்டு ஆண்டு!
அவளின் கண் பார்வையிலும் கரைந்து கிடந்தது
அந்த இரண்டு ஆண்டு தான்
பலமுறை அவளின் தொலைபேசி அழைப்புகளும்
குறுஞ்செய்திகளும்
பார்க்கவும் பேசவும் பல நூறு நொடிகள்
அனைத்தும் முடிந்து விட்டது, அவளும் பிரிந்து விட்டாள்
அவளின் பார்வைக்கு ஏங்கிய நொடிகள் போனது-இப்போ
அவளை பார்த்தால் போதும் என்ற நொடிகள் வந்தது
இருக்கும் போது அருமை தெரியவில்லை
இழந்துவிட்டேன்! என்ன செய்வது புரியவில்லை
கடந்து போனாள், அவள் திரும்பி பார்ப்பாளா?
திரும்பி பார்த்து விட்டாள் என்னுடன் கரைவது அவளும் தான்
காரணம் அவள் கடந்து போன வழியில் இன்னும்
காத்திருக்கிறேன் விழி மூடாமல்!

அந்த நாட்கள் வந்து விட்டது-நடந்த நாட்களை
எண்ணி சில நொடிகள்
ஆரம்பத்தில் அவள் சாதாரண பெண்-சட்டென்று
நுழைந்து விட்டாள் சாரை பாம்பு போல
என் நெஞ்சில் அப்போதே அவளின் மீது காதல் ஏக்கம்
அப்போது மட்டுமல்ல எப்போதும்
அவள் தான் மனைவி என்று இல்லை
அவள் மனைவி என்றாள் வாழ்வில் அதுதான் என் எல்லை
எல்லையே போக காரணம் ஒன்று!
ஒருநாள் உரையாடலில் உரக்க சொன்னால்
அவளின் தாய் தந்தையை பற்றி
அதனால் அவளின் கடமை பற்றி!

காலம் என்ன ஒரு மாயம் செய்கிறது
பதினெட்டு முதல் இருபத்தொன்று வரை
காத்திருந்த கனவு காதலியாக கண்முன்னே அவள்!
கட்டி அணைத்துக் கொள்ள ஆசை
ஆசையிலும் ஒரு பேராசை என் தாய் தந்தையை மதிக்க!
அன்று முதல் இன்று வரை, அவளை காண்பேன், காண்பேன்,
கண்டு கொண்டே இருக்கிறேன்!
காலம் முழுவதும் காண ஆசைத்தான்
காலம் என்ன எனக்கு மட்டும் விதி விலக்கா!
விளக்கிவிட்டது பிரிவு எனும் பிடியால்
பிடித்திருந்ததை சொல்லி இருந்தால் கூட
பிரியாமல் பிடித்து இருப்பேன்
பிரியத்தை சொல்லவில்லை-அவள்
பிரினவையும் கைநீட்டி தடுக்கவில்லை
கை நீட்டி காதல் சொல்ல ஆசை-அது
கணவாக போகக்கூடாது என்பது என் பேராசை!
காத்திருக்கிறேன் இன்று வரை-என்
காதலுடன் அவளின் கள்ளகபடம் இல்லா நினைவுடன்!

Printed by Libri Plureos GmbH in Hamburg,
Germany